ജിയാരാ

ഒരു അന്യഗ്രഹ ജീവിയുടെ നാമം

സജീവ്കുമാർ ശശിധരൻ

ജിയാരാ

ജിയാരാ

ജിയാരാ

സജീവ്കുമാർ ശശിധരൻ

കർഷക കുടുംബത്തിലെ അംഗം . അമ്മയുടെ
വായനാ ശീലവും അച്ഛന്റെ കലാരുചിയും
ചേർന്ന് എൺപതുകളിലെ ഒരുനാൾ
കേരളത്തിലെ കൊല്ലം ജില്ലയിൽ ഇടയം
ഗ്രാമത്തിൽ ജനനം .
അമ്മ : ലതിക
അച്ഛൻ :ശശിധരൻ , ഒരനുജത്തി :ശാന്തി
ഇരുപത്തിമൂന്ന് വയസ്സോടെ പ്രവാസത്തിലേക്ക്
അത് ഇപ്പോഴും തുടരുന്നു . ജീവിതത്തിലെ
വായനയെ വളർത്തിയ നാട്ടിലെ സ്ക്കൂൾ
പഠനത്തിൽ ഒപ്പം കൂടിയ വായനശാല
ആയിരുന്നു . (CM George Memorial Library)
ഇപ്പോൾ ഭാര്യക്കും മകൾക്കും ഒപ്പം
വിദേശത്താണ് .

ഭാര്യ : ഗ്രീഷ്മ
മകൾ : നിയ സജീവ്

contact: sajeevkumar.sajeevKumar@gmail.com
പുസ്തകങ്ങൾ :എനിക്ക് സന്തോഷം(കഥകൾ)

സമർപ്പണം

എന്റെ ഗ്രീഷ്മയ്ക്ക്
ഞാൻ ചുമ്മാ കുത്തിക്കുറിക്കുന്ന എന്തിനും ആദ്യ
വായനക്കാരിയായതിനും എന്റെ മണ്ടത്തരങ്ങൾ
എന്റെ ദേഷ്യം സന്തോഷം സങ്കടങ്ങൾ എല്ലാത്തതിലും
കൂടെ നിൽക്കുന്നതിനും എന്റെ കൂടെ
വഴക്കുണ്ടാക്കുന്നതിനും
ഇത് ഞാൻ ഇങ്ങനെ സന്തോഷത്തോടെ എഴുതാൻ
എന്റെ കൂടെ ജീവിക്കുന്നതിനും .സന്തോഷിക്കാൻ
മകളെ തന്നതിനും പിന്നെ ഇതൊക്കെ എന്നെ കൊണ്ട്
എഴുതാൻ കഴിയുമെന്ന് ഒരു ബോധം ഉണ്ടാക്കിയതിനും

നന്ദി . ഇനിയും മുന്നോട്ട് പോകാം
ഈ പുസ്തകം ഞാൻ നിനക്ക് സമർപ്പിക്കുന്നു.
സ്നേഹത്തോടെ പ്രേമത്തോടെ
സജീവ്കുമാർ

ഉള്ളടക്കം

1 യാത്ര Pg 1

2 തുടക്കം Pg 3

3 അറിവുകൾ Pg 8

4 ഏലിയൻ Pg 18

5 കാഴ്ച്ച Pg 24

6 ചോദ്യം Pg 30

7 സംശയം Pg 33

8 നേർക്കുനേർ Pg 36

9 വിവരണം Pg 41

10 അവസാനം Pg 53

മുഖക്കുറി

എന്റെ പ്രിയ സ്നേഹിതൻ ; എഴുതിയ ' ജിയാരാ' ,
പ്രിയ വായനക്കാർക്ക് നവ്യാനുഭവം സമ്മാനിക്കുകയും
വായനയുടെ ഭാവനാലോകത്തിലൂടെ നമ്മെ കൈ
പിടിച്ചു നടത്തി ഉദ്വോഗപരിതമായ
കഥാസന്ദർഭങ്ങളിലൂടെ കടന്ന് യാഥാർത്ഥ്യത്തിൽ
എത്തിച്ചേരുകയും ചെയ്യുന്നു .

പ്രിയ എഴുത്തുകാരന് ആശംസകൾ നേരുന്നു .

വായിക്കുക , ആസ്വദിക്കുക.

എം .പി . നന്ദകുമാർ
പാലക്കാട്

ഭാഗം 01

യാത്ര

മാറ്റങ്ങൾ നല്ലതാണ് ,അവൻ മുകളിലേക്ക് നോക്കി .
കൃത്രിമ പ്രകാശത്തിന് സ്ഥാനമില്ലാത്ത ആകാശത്തിൽ
നക്ഷത്രങ്ങളുടെ മായിക ലോകം അവൻ
കാണുകയായിരുന്നു . തണുത്ത കാറ്റ് അസ്ഥി
മരവിപ്പിക്കും തണുപ്പ് .

ഏങ്ങും നിശബ്ദമായ അന്തരീക്ഷവും ശുദ്ധവായുവും .

അവൻ തിരിഞ്ഞു നോക്കി .ടെൻഡിൽ നിന്നും കൂർക്കം
വലികളുടെ ശബ്ദം കേൾക്കുന്നുണ്ട് . അവരെല്ലാം നല്ല
ഉറക്കമാണ് .

ഹിമാലയത്തിലെ ഏതോ സാനുവിലാണ് ഞാൻ .

ഒരു ഓൺലൈൻ ചാനൽ വഴി
ആർക്കൊക്കെയോകൂടെ മനസ്സിന് ഒരു മാറ്റം
വരുത്താൻ മാത്രമായി ഞാൻ കണ്ട യാത്ര .

പക്ഷെ ഇതെന്നെ ഒരുപാട് മാറ്റിയിരിക്കുന്നു .

എല്ലാവരും ഒരിക്കലെങ്കിലും യാത്ര പോകണം .

ഒരു കിണറിലിരുന്ന് നാം കാണുന്ന ആകാശം എത്ര ചെറുതാണെന്ന് ഒരു ബോധം വരാൻ അത് ഒരുപാട് ഉപകരിക്കും .

ജീവിച്ചിരിക്കുക എന്നതാണ് ഏറ്റവും വലിയ ആഡംബരം എന്ന് ഞാൻ പഠിച്ച ദിവസങ്ങൾ ,

സത്യത്തിൽ മലയിറങ്ങാൻ കഴിയാതെ ഒരു നല്ലയിടം നോക്കി പേടിയോടെ കൂടിയതാണ് ഞങ്ങൾ . താഴെയെത്തിയാൽ ലോകത്തെ പിടിച്ചുകുലുക്കാൻ പോന്ന ഫോട്ടോകളും വീഡിയോകളും കൊണ്ട് സമ്പുഷ്ടമായ ഫോണുകളും ക്യാമറകളും ഞങ്ങളിൽ ഉണ്ടായിരുന്നു .

എനിക്ക് ഉറക്കം വരുന്നില്ല .

കണ്ണിൽ പതിച്ച കാഴ്ചകൾ ഇപ്പോഴും സത്യമാണെന്ന് വിശ്വസിക്കാൻ പ്രയാസം .

ഭാഗം 02

<u>തുടക്കം</u>

ഞങ്ങൾ മുകളിലേക്ക് കയറുകയായിരുന്നു .
മഞ്ഞിടിച്ചിലുണ്ടെന്ന തോന്നലിൽ കൂടെ ഉണ്ടായിരുന്ന
ഗൈഡ്, മുൻപോട്ടു പോകുവാൻ അനുവദിച്ചില്ല .
സാധരണ ആരും തമ്പടിക്കാത്ത ഒരു സ്ഥലം
ഞങ്ങൾക്ക് തിരഞ്ഞെടുക്കേണ്ടിവന്നു . അവിടം
മനോഹരമായിരുന്നു . ഞങ്ങളല്ലാതെ മറ്റൊരു ജീവനും
അവിടെ ഉണ്ടെന്ന് തോന്നിയില്ല .എങ്ങും വെള്ള പുതച്ചു
കിടക്കുന്ന അവിടം മനോഹര ആകാശ കാഴ്ച്ച കൂടി
ഞങ്ങൾ ഭൂമിയിലേ അല്ലെന്ന തോന്നൽ
ഉളവാക്കിയിരുന്നു .

അപ്പോഴാണ് അതുകണ്ടത് , കുറച്ചു ദൂരെ
വെള്ളനിറത്തിൽ എന്തോ ഒന്ന് , അത് ചലിക്കുന്നു ,
അത് നടന്ന് നീങ്ങുന്നു .

"അത് കരടിയാണോ? "

ഞാൻ ഗൈഡിനോട് ചോദിച്ചു.

അപ്പോഴാണ് കൂടെയുള്ളവരും അത് കാണുന്നത് .

"കരടിയോ ? ഇവിടെ കരടിയില്ല?"

അയാളും അങ്ങോട്ട് അമ്പരപ്പോടെ നോക്കി .

"ഹിമ കരടി വല്ലോം ആണോ?"

ആരുടെയോ ഊഹം പുറത്ത് വന്നു.

"ഇവിടെയോ ,ഇല്ല ഒരിക്കലുമില്ല"

ഗൈഡ് ഉറപ്പിച്ചു പറഞ്ഞു .

അയാൾ ശബ്ദമുണ്ടാക്കാതെ തറയിൽ പതുങ്ങി കിടക്കാൻ ആവിശ്യപ്പെട്ടു .

അയാളുടെ കണ്ണിൽ ഭയമുണ്ടായിരുന്നു .

അത് വളരെ പെട്ടന്ന് ഞങ്ങളിലേക്കും പടർന്നു .

എന്നിരുന്നാലും

ഞങ്ങളുടെ കൈകളിലെ ബൈനോക്കുലറുകളും ക്യാമറാകണ്ണുകളുമൊക്കെ പ്രവർത്തനമാരംഭിച്ചു .

ആകാംക്ഷയായിരുന്നു കാരണം.

എന്താണ് അത് ?

അതുവരെ കേട്ടിട്ടില്ലാത്ത തരത്തിലുള്ള എന്തൊക്കെയോ ശബ്ദങ്ങൾ ഞങ്ങൾ കേട്ടു തുടങ്ങി .

കൂടെ ഉണ്ടായിരുന്ന ചിലരിൽ നിന്ന് നിശ്വാസങ്ങളും ശബ്ദങ്ങളും പുറത്ത് വരാൻ തുടങ്ങി .

"ആരും മിണ്ടരുത് , ആരും മിണ്ടരുത്"

ചുണ്ടിൽ കൈ വെച്ച് ഗൈഡ് വീണ്ടും വീണ്ടും ഓർമിപ്പിച്ചുകൊണ്ടേയിരുന്നു .

ശരിയാണ് ഏതെങ്കിലും അറിയാത്ത മൃഗമായെങ്കിലോ, അപകടമാണ് ,

"ഇനി അത് യതിയാണോ? "

വീണ്ടും പുറകിൽ നിന്ന് .

"മണ്ടത്തരം പറയാതെ അത് ഒരു കഥ മാത്രമാണ് "

ഗൈഡ് വീണ്ടും പറഞ്ഞു .

പെട്ടന്ന് ആ രൂപം മുകളിലേക്ക് ഉയർന്നു .

പിന്നെ അതിവേഗം ആകാശത്തിൽ എവിടെയോ മറഞ്ഞു .

ഞങ്ങൾ പരസ്പരം ഭീതിയോടെ നോക്കി, എന്താണ്
ഞങ്ങൾ കണ്ടത് ,പുറകിലുള്ളവർ എഴുന്നേൽക്കാൻ
ഭാവിച്ച സമയം

ഗൈഡ് സമ്മതിച്ചില്ല .

അയാൾ ദൂരേക്ക് കൈ ചൂണ്ടി .

ആ രൂപം വന്ന അതേ ഇടത്തിലൂടെ വീണ്ടും ,

ഇപ്പോൾ ഒന്നല്ല ആരോ ഏഴോ രൂപങ്ങൾ

അവ എന്തൊക്കെയോ ശബ്ദങ്ങൾ
ഉണ്ടാക്കിക്കൊണ്ടിരുന്നു .

ഒടുവിൽ പഴയ പോലെ ഒന്നിന് പിറകെ ഒന്നായി
മുകളിലേക്ക് ഉയർന്നു പൊങ്ങി അതിവേഗം
മറഞ്ഞുപോയി

എന്താണ് ഞങ്ങൾ കണ്ടത്

"അത് പട്ടാളക്കാരായിരിക്കും. ഇവിടെ പല ഇടങ്ങളിലും
രഹസ്യ കേന്ദ്രങ്ങളുണ്ടെന്നു കേട്ടിട്ടുണ്ട് ".

ഗൈഡ് പറഞ്ഞു .

ആ പറഞ്ഞത് എല്ലാവരിലും ഒരു ആശ്വാസത്തിന് ഇട നൽകിയെന്നു തോന്നിച്ചു .

എന്നിരുന്നാലും ഞങ്ങൾ പഴയപടി തന്നെ തറയിൽ പറ്റിപ്പിടിച്ച് കിടന്നു . ആർക്കും എഴുനേൽക്കാനുള്ള ധീരത ഉണ്ടെന്ന് തോന്നുന്നില്ല .

ഏതാണ്ട് ഇരുപത് മിനിറ്റോളം ഞങ്ങൾ അങ്ങനെ കിടന്നു കാണണം ,

പെട്ടന്ന് പുറകിൽ നിന്നും

"എനിക്കു വയ്യ ഇങ്ങനെ കിടക്കാൻ, മുടിഞ്ഞ തണുപ്പടിച്ച് ഞാൻ ചത്തുപോകും "

കൂട്ടത്തിലെ പയ്യൻ ,

മുഴുമടിയനായ അവനെ എല്ലാവരും തിരിഞ്ഞുനോക്കി.

അവന് കാര്യം മനസ്സിലായെന്നു തോന്നുന്നു .

"അല്ല ഞാൻ പറഞ്ഞെന്നേ ഉള്ളൂ "

അവൻ തല താഴ്ത്തി , തറയോട് പറ്റിച്ചേർന്നു .

ഭാഗം 03

അറിവുകൾ

പെട്ടന്ന് ഒരു ഇടിമിന്നലുണ്ടായി

എല്ലാവരും ഞെട്ടി .

ആകാശം മനോഹരമായി കാണപ്പെട്ടു .

പക്ഷെ എങ്ങനെ ഇടിയും മിന്നലും ?

"അത് ഉണ്ടാവും, സാധരണ ഇവിടങ്ങളിൽ ഇങ്ങനെ
ഉണ്ടാവാറുണ്ട് "

 ഗൈഡിൽ നിന്നുള്ള വാക്കുകൾ

എന്നെ സംശയത്തിൽ നിന്നും മുക്തനാക്കി .

ഒരു ഇരമ്പലും മുഴക്കവും ഞങ്ങളുടെ തലക്ക് മുകളിൽ
കേട്ട് ,

എല്ലാവരും പല ശബ്ദങ്ങൾ പുറപ്പെടുവിക്കുകയും

ഏതാണ്ട് ഒരേ സമയം മുകളിലേക്ക് നോക്കുകയും
ചെയ്തു .

വലിയ എന്തോ ഒന്ന് മുകളിൽ തെളിഞ്ഞുവന്നു .

ഒരു പാത്രം കമഴ്ത്തിവെച്ചപോലെ എന്തോ ഒന്ന് .

അത് വലിയ ശബ്ദത്തോടെ ഞങ്ങളുടെ മുകളിലൂടെ
നീങ്ങി മുന്നിൽ കുറച്ചു ദൂരെയായി താഴേക്ക് പതിച്ചു .

ഞങ്ങളുടെ ഇടയിൽനിന്നും വലിയ ശബ്ദത്തിൽ
നിലവിളികൾ ഉയർന്നു .

എന്താണ് അത് ?

എല്ലാവർക്കും ഭയം , ആരുടേതെന്നില്ല,

എല്ലാവരുടെയും ശബ്ദങ്ങൾ വിറച്ചിരുന്നു ,

ആർക്കും പുതിയ അഭിപ്രായങ്ങൾ
ഒന്നുമുണ്ടായിരുന്നില്ല ,

 വീണ്ടും ഗൈഡ് ,

"പോയി നോക്കിയാലോ? "

എല്ലാവരും അയാളുടെ മുഖത്തേക്ക് നോക്കി .

കൂട്ടത്തിൽ പ്രായം കൂടുതൽ ഉള്ളതിന്റെ ഒരു ഹുങ്ക് ഉണ്ടോ എന്നായിരുന്നു എന്റെ മനസ്സിൽ .

പക്ഷേ .. ശരിയാണ് ഇവിടെ ഇങ്ങനെ നിന്നിട്ട് എന്ത് കാര്യം ,

പോയി നോക്കിയാൽ മാത്രമേ ഇനി എന്താണെങ്കിലും അറിയാൻ കഴിയൂ .

" എനിക്ക് തോന്നുന്നത് വലിയ ബലൂണൊന്തെകിലും ആകും, അന്തരീക്ഷ പഠനത്തിന് ഇതുപോലെ വലിയ ബലൂണുകൾ ഉപയോഗിക്കുമെന്ന് പറഞ്ഞുകേട്ടിട്ടുണ്ട് "

അഭിപ്രായങ്ങൾ വന്നു തുടങ്ങി .

" അപ്പൊ ആ പൊങ്ങി പോയ ആൾക്കാരെ പറ്റിയോ "

അടുത്ത ആൾ

"അത് വല്ല സ്യൂട്ടും ആയിരിക്കും, ഈ പറക്കാൻ പറ്റുന്നത്, അല്ല എങ്ങനെയും ആകാമല്ലോ?"

"ആ അതു കൊള്ളാം, ഇത് എന്താണ് സിനിമയോ?

"അങ്ങനെയല്ല, ആ തരത്തിലുള്ള സ്യൂട്ടുകൾ
ഇപ്പോഴുണ്ട് "

അങ്ങനെ ഉണ്ടോ ?

ചോദ്യോത്തര പംക്തിക്ക് വിരാമമിട്ടുകൊണ്ട്

 വീണ്ടും ഗൈഡ് ,

"പതിയെ, എന്തായിത്, എന്ത് ബഹളമാണ്,
എന്താണെന്ന് അറിയാതെ ഇങ്ങനെ ബഹളം വെച്ചാൽ
എന്തെങ്കിലും കാര്യമുണ്ടോ? എന്തായാലും നോക്കാം,
വാ "

പുറകിൽനിന്ന്

" പോണോ? റിസ്ക് ആണ് , "

" എന്ത് റിസ്ക്, വരുന്നവർക്ക് വരാം, ഞാനെന്തായാലും
അതിന്റെ അടുത്തേക് പോവുകയാ "

ഇതും പറഞ്ഞുകൊണ്ട് ഗൈഡ് ,അങ്ങോട്ട്
പോകാനുള്ള വട്ടം കൂട്ടി .

ഞങ്ങൾ പരസ്പരം നോക്കി .

ശരിയാണ് , ഇങ്ങനെ ഇവിടെ നിന്നിട്ട് എന്ത് കാര്യം,
പോയി നോക്കാം .

ഞങ്ങളും അങ്ങോട്ട് പോകാൻ തയ്യാറായി .

ഇടിഞ്ഞു വീണ മഞ്ഞുപാളികൾക്ക് മുകളിലൂടെയുള്ള
ദുഷ്കരമായ യാത്ര ,അൽപ്പ ദൂരമേ ഉണ്ടായിരുന്നുള്ളൂ.
എങ്കിലും , നടത്തത്തിൽ കാലുകൾ മഞ്ഞിലേക്ക്
ആഴ്ന്നിറങ്ങി പൊയ്ക്കൊണ്ടിരുന്നു , ചെറു ദൂരത്തെ
അത് നാലിരട്ടിയയാക്കി .

ഞങ്ങളിൽ പലരും ഭയത്തിൽ മുങ്ങിപ്പോയിരിക്കുന്നു .

എങ്കിലും ഒന്നും പുറത്ത് കാണിക്കാതെ നടക്കുന്ന

ഓരോ മുഖങ്ങളും ഒരു കണ്ണാടിപോലെ ആ ഭയം കാട്ടി
തന്നു

ഭയം ഉണ്ട് . എല്ലാവർക്കും .

ഞങ്ങളുടെ മുന്നിൽ അത് , ആ "വലിയ" ഏതോ ഒന്ന്
കിടക്കുകയാണ് ,

അടുത്ത് നിന്ന് ഞാൻ മുകളിലേക്ക് നോക്കി

ഒരു രണ്ട് നില വീടിനുള്ള അത്ര പൊക്കമുണ്ട് .

എല്ലാവരും കാണുകയായിരുന്നു ,അമ്പരപ്പോടെ
,അത്ഭുതത്തോടെ ,പേടിയോടെ

പക്ഷെ "ഭയം"

സമയം പോകും തോറും അതിന് അൽപ്പം കുറവ്
വന്നെന്ന് തോന്നിക്കുന്ന തരത്തിൽ ആയിരുന്നു
പിന്നീടുള്ള കാര്യങ്ങൾ .

എല്ലാവരും തൊട്ടു , ഞാനും

ഒരു ബലൂൺ പോലെ തന്നെ തോന്നിച്ചു

തൊടുമ്പോൾ കൈ ഉള്ളിലേക്ക് ആഴ്ന്നുപോകുന്നു ,
നല്ല മാർദവം

ഞാൻ വീണ്ടും വീണ്ടും തൊട്ടും തടവിയും ഒക്കെ
നോക്കി .

ഞാൻ മാത്രമല്ല എല്ലാവരും .

ഇതൊരു ബലൂണാണ് , അവസാനം ഞങ്ങൾ ഒരു
തീരുമാനത്തിൽ എത്തി .

പക്ഷേ ,മുകളിലേക്ക് പറന്നുപോയ ആ രൂപങ്ങൾ അത്

.

"എല്ലാരും വാ, നമുക്ക് ചുറ്റും ഒന്ന് നോക്കാം,
ഒരുമിച്ചുനിൽക്കണെ, ഒരുമിച്ചുമാത്രം "

ഗൈഡ് പറഞ്ഞു .

ഞങ്ങൾ ഒരുമിച്ച് അതിന് വലം വെക്കാൻ ആരംഭിച്ചു .

അതിന് ഒരു ഭാഗത്ത് കൂടി ഞങ്ങൾ നടന്ന് തുടങ്ങി,

ആദ്യം കണ്ട ഭാഗം മാത്രമേ വലിപ്പമായി ഉള്ളു .
ബാക്കി മുഴുവൻ ചിന്നി ചിതറി പോയിരിക്കുന്നു .

അത് ബലൂണല്ല , അതിനുള്ളിൽ എന്തൊക്കെയോ
മെഷീനുകൾ ഉണ്ട് , അവയുടെ ഭാഗങ്ങൾ എല്ലായിടവും
ചിന്നഭിന്നായി കിടക്കുന്നു . അവിടെയെല്ലാം ഒരു തരം
പ്രകാശവും പരന്നു കിടപ്പുണ്ട് .

പ്രകാശം ഒഴുകി കിടക്കുന്നതോ ? ഒഴുകികിടക്കുന്ന
എന്തോ ഒന്ന് പ്രകാശം വമിക്കുന്നതോ ? അറിയില്ല .

" ഇതു പറക്കും തളികയാ " പുറകിൽ നിന്ന് ആരോ
ഭീതിയോടെ പറഞ്ഞു.

പറക്കും തളികയോ ?

എല്ലാവരും അവനെ തിരിഞ്ഞു നോക്കി .

" അതെ, UFO, അൺ ഐഡൺഡിഫൈഡ് ഫ്ളയിങ്
ഒബ്ജെക്ട്, പറക്കും തളിക "

അവൻ ഒറ്റ ശ്വാസത്തിൽ പറഞ്ഞു .

"പറക്കും തളികയയോ? ഇത് ബലൂൺ അല്ലെ ?"

വീണ്ടും സംശയം

"നിങ്ങള് ഇതുപോലത്തെ ബലൂൺ മുൻപ്
കണ്ടിട്ടുണ്ടോ?"

"ഇല്ല, പക്ഷെ ഇസ്രോക്കാരുടെ വല്ല
ഉപകരണമാണെങ്കിലോ? പറയാൻ പറ്റില്ലല്ലോ ?"

"ഇസ്രോ? യു മീൻ ISRO ?"

"ആ, രണ്ടും ഒന്ന് തന്നെ "

" ഉറപ്പ്, ഇസ്രോ യുടെ അല്ല, ഉറപ്പ്, ഞാനുണ്ടായിരുന്നു
ഒരുപാട് കാലം, ഇങ്ങനെ ഒരു മെറ്റീരിയൽ ഞാൻ
മുൻപ് കണ്ടിട്ടില്ല."

ISRO യിലോ?

ഞങ്ങൾ അത്ഭുതത്തോടെ ഗൈഡിനെ നോക്കി

ഇയാൾ ഓരോ സമയവും അമ്പരപ്പുണ്ടാക്കുന്നു ,

" അവിടെ എന്ത്?" ഞാൻ ചോദിച്ചു .

"അത് പിന്നെ പറയാം, ഇപ്പൊ ഇത്? "

" നിങ്ങളോട് എല്ലാവരോടും കൂടി പറയുകയാണ്. ഇതു ബലൂൺ അല്ല , ഇതു എനിക്ക് പരിചയമുള്ള ഒരു മെറ്റീരിയലും അല്ല , ഒരുപാട് വർഷത്തെ പരിചയം കൊണ്ടാണ് ഞാനിത് പറയുന്നത് . ഒരുകാര്യം നിങ്ങൾ മാക്സിമം എന്നോട് സഹകരിക്കണം . നമുക്ക് ജീവിതത്തിൽ കിട്ടാവുന്ന ഏറ്റവും വലിയ അത്ഭുതമാണ് , അവസരമാണ് , ഉപയോഗിക്കണം , എന്റെ ഊഹം ശരിയാണെങ്കിൽ ഇത് ഒരു UFO ആണ്,നൂറ് ശതമാനവും ,നിങ്ങളുടെ കൈയ്യിലുള്ള ക്യാമറ , ഫോൺ എല്ലാം ഉപയോഗിക്കുക ,മാക്സിമം തെളിവ് ഉണ്ടാക്കുക . ഇതോടെ നിങ്ങളുടെ ജീവിതം മാറുകയാണ് "

ഒരു നിമിഷം എല്ലാവരും സ്തബ്ധരായി ,നിശബ്ദരായി

പരസ്പരം നോക്കിയ അവരുടെകണ്ണുകളിൽ ഏത് ഭാവമാണെന്ന് പറയാൻ പ്രയാസമായിരുന്നു.

ഭാഗം 04

ഏലിയൻ

ഓരോ ആൾക്കാരും അവരവരുടെ ക്യാമറ കണ്ണുകളുമായി പരതൽ ആരംഭിച്ചു .

കാണുന്ന ഓരോന്നും ഒപ്പിയെടുക്കുകയായിരുന്നു .

" ദേ ... വാ ...ഇങ്ങോട്ട് വാ ..."
ആ ശബ്ദത്തിനടുത്തേക്ക് എല്ലാവരും ഓടിച്ചെന്നു .

അവർക്ക് വിശ്വസിക്കാനായില്ല , അവൻ ചൂണ്ടിയ വിരലുകൾക്ക് മുൻപിൽ

" ഏലിയൻ "

ആരുടെയോ വായിൽ നിന്നും ആ വാക്ക് വന്നു .

അത് , അത് " ഏലിയൻ " ആണ് ,

സിനിമകളിൽ കാണുന്ന പോലെ , കഥകളിൽ വായിച്ച പോലെ , ചിത്രങ്ങളിൽ കാണുന്ന പോലെ

അത് ഒരു " ഏലിയൻ " ആണ് ,

വലിയ തലയും ചെറിയ ഉടലും കൈ കാലുകളും വെള്ള നിറവുമുള്ള ഒരു രൂപം

കൈയ്യിൽ മൂന്ന് വിരലുകളെ ഉണ്ടായിരുന്നുള്ളു .

കാലിലും മൂന്ന് വിരലുകൾ

കണ്ണുകൾ തുറന്ന് തന്നെയിരുന്നു , കൺപോളകൾ ഉണ്ടായിരുന്നില്ല .

വലിയ കണ്ണുകൾ .കറുത്ത കണ്ണുകൾ .

ഒരു ഓവൽ രൂപത്തിലുള്ള തലയിൽ രണ്ട് വശത്തായി ചെറിയ ചെടി പോലെ എന്തോ ഒന്ന് .

മൊത്തത്തിൽ ഒരഞ്ചടി പൊക്കത്തിൽ ഒരു രൂപം

" ഏലിയൻ "

അതിന് അനക്കമെുണ്ടായിരുന്നില്ല ,

കുറച്ചു നേരം ഞങ്ങൾ അങ്ങനെ നിന്നു ,അതിനെ
കണ്ടുകൊണ്ട് ,

ആർക്കും ഒന്നും പറയാനായില്ല ,ചിലരൊക്കെ
പരസ്പരം നോക്കി , ചിലർ വീഡിയോ പകർത്തി
തുടങ്ങി .

" നാളെ പുറം ലോകം അറിയും പിന്നെ, ഇനി ഈ
പരിസരത്ത് നമുക്ക് ഒന്ന് കാല് തൊടാൻ കഴിയില്ല.
അതുകൊണ്ട് പറ്റാവുന്ന തെളിവുകൾ ഉണ്ടാക്കുക ,
എത്രയും പെട്ടന്ന് ഇവിടെ നിന്നും പോവുക "

അതിന് അടുത്തേക്ക് ഇരുന്നുകൊണ്ട് ഗൈഡ്
ഞങ്ങളെ നോക്കി പറഞ്ഞു .

ശരിയാണ് , എല്ലാവരും അതിന് ചുറ്റുമായി കൂടി ,

ഗൈഡ് അതിനെ തൊട്ടുനോക്കി, വീണ്ടും വീണ്ടും,
അതിന്റെ പല ഭാഗങ്ങളിൽ തടവി നോക്കി .

ഒരാൾ

" ഇതിന് വായ് ഇല്ല "

മറ്റൊരാൾ

ഇതിന് മൂക്കും ചെവിയും ഇല്ലല്ലോ ?

"അപ്പൊ ഇത് കഴിക്കില്ല, ശ്വസിക്കില്ല, കേൾക്കില്ല "

മറ്റൊരാൾ

"ആഹാ അപ്പൊ ദുശീലങ്ങളൊന്നും ഇല്ല, വണ്ടർഫുൾ "

അത് ചിലരിൽ ചിരിപടർത്തി

" ദേ ഇതിന് അതും ഇല്ല, "

ശരിയാണ് അപ്പോഴാണ് ഞാനും അത് ശ്രദ്ധിച്ചത് ,

അപ്പോൾ പ്രതുല്ലാദന മാർഗ്ഗമെന്ന പരിപാടി എങ്ങനെ ?

എല്ലാവർക്കും സംശയങ്ങൾ കൂടി

എല്ലാവരും നോക്കിയത് അയാളെ

"എന്റെ മുഖത്ത് നോക്കിയിട്ടെന്തുകാര്യം, ഞാൻ ആദ്യമായിട്ടാ ഇങ്ങനെ ഒന്ന് കാണുന്നത്."

ഗൈഡ് തന്റെ നേരെ തിരിഞ്ഞ മുഖങ്ങളെ നോക്കി പറഞ്ഞു .

"നിങ്ങളല്ലെ പറഞ്ഞത് ഇസ്രയിലൊക്കെ ഉണ്ടായിരുന്നെന്ന് "

ഞാൻ ചോദിച്ചു .

"ശരിയാണ്, പക്ഷെ ഇങ്ങനെ ഒന്ന് ആദ്യം, അന്ന് ഞങ്ങളെല്ലാം ആഗ്രഹിച്ചിരുന്നു. എന്നാലും കാര്യങ്ങൾ മനസ്സിലാക്കാം "

ഗൈഡ് പറഞ്ഞു .

" ശരി, നോക്കൂ ... എന്നിട്ട് പറഞ്ഞു തരു , ഇത്
എന്താണ് ? എലിയൻ തന്നെയാണോ ? അതോ ? "

പെട്ടന്ന് പുറകിൽ നിന്ന്

" ഇതിപ്പൊ ഒന്നേ ഉള്ളോ, നമ്മൾ അഞ്ചാറ് എണ്ണത്തെ
കണ്ടില്ലേ, പറന്ന് പോകുന്നത്? "

" ആ... അത് ശരിയാണല്ലോ ? "

"അപ്പൊ അതൊക്കെ എവിടെ? "

" നോക്ക് നോക്ക് "

ആൾക്കാരിൽ ഉത്സാഹമായി , ഭയം മാറി
തുടങ്ങിയിക്കുന്നു .

ഭാഗം 05

<u>കാഴ്ച്ച</u>

ഓരോരുത്തരായി തിരച്ചിൽ തുടങ്ങി ,

അവിടവിടെ പ്രകാശം പരത്തുന്ന എണ്ണപോലെ തോന്നിക്കുന്ന എന്തോ ഒന്ന് പടർന്നു കിടക്കുന്നു ,അത് ഞങ്ങൾക്ക് തിരച്ചിലിന് വളരെ സഹായമായിരുന്നു .

" ദേ ...ഇങ്ങോട്ടുവാ, ഇവിടെ ഒരു നാലെണ്ണം കിടപ്പുണ്ട്, വേഗം വാ .... "

കുറച്ചു മാറി , അടുത്ത ആൾ

"ദാ ഇവിടേം ഒരെണ്ണമുണ്ട് "

" ആ അപ്പൊ മൊത്തം ആറ്, വേറെ ഒന്നിനേം കണ്ടില്ലല്ലോ?"

ഗൈഡ് ചോദിച്ചു .

പല ഭാഗങ്ങളിൽ നിന്ന് ഉത്തരമെത്തി ,

"ഇല്ല "

" ദേ ഇവിടെ ഒന്നുകൂടി ഉണ്ട് " ഞാൻ പറഞ്ഞു.

"അപ്പൊ മൊത്തം ഏഴ് " ഗൈഡ് പറഞ്ഞു.

ഞാനും ആ രൂപവും മാത്രം ,

മുൻപ് കണ്ടതും ഇതുമായി ഒരു മാറ്റവും കണ്ടില്ല ,
ഒരുപോലെ , വെള്ള നിറം ,

കൈയ്യും കാലുമെല്ലാം അങ്ങനെ തന്നെ , വലിയ
തലയും കറുത്ത വലിയ കണ്ണുകളും ,

വായില്ല മൂക്കും ചെവിയുമില്ല

ശരിയാണ് , ഇതെല്ലാം ഒരുപോലെയുണ്ട് .

എനിക്ക് തല പെരുക്കുന്ന പോലെ ,

എന്തൊക്കെയോ തോന്നുന്നു . കാഴ്ച്ചക്ക് ബുദ്ധിമുട്ട് ,

മൈഗ്രെൻ ,

ഞാൻ ഒരു കടുത്ത മൈഗ്രൈൻ രോഗത്തിന്
അടിമയാണ് .

മരുന്ന് പോക്കറ്റിലുണ്ടാവണം ,

തപ്പിനോക്കി , ഇല്ല ,

പതിവില്ലാത്ത തരം കടുത്ത വേദന ,അസഹനീയം
,അറിയാതെ ഞാൻ തറയിലേക്ക് ഇരുന്നു .

കണ്ണിൽ പലതരം നിറങ്ങൾ വന്നുകുമിഞ്ഞു . തല
പൊട്ടി പൊളിയുന്നു ,

ഗുളിക എടുത്തിട്ടില്ല ,പക്ഷെ ബാഗിലുണ്ട് ,

ബാഗ് ഇടത്താവളം ഒരുക്കിയ സ്ഥലത്തും

എനിക്ക് എന്നോടു തന്നെ അരിശം തോന്നി ,

ആ അനുഭവിക്കാം , അല്ലാതെ പറ്റില്ലല്ലോ .

ഞാൻ തലയിൽ കൈ പൊത്തിയിരിക്കുകയാണ് ,
കണ്ണുകൾ ഞാൻ ഇറുക്കി അടച്ചത്തിരുന്നു .

അവരെല്ലാം അവിടവിടെയായി ചിതറി നിൽക്കുന്നു .

ആർക്കോ എന്നോട് എന്തോ പറയാനുണ്ട്
ചോദിക്കാനുണ്ട്

മനസ്സിലേക്ക് എന്തൊക്കെയോ കുത്തികയറാൻ
ശ്രമിക്കുന്നപോലെ . എന്തോ ഉള്ളിലേക്ക് വരാൻ
വെമ്പുന്നപോലെ .

ദിവാസ്വപ്നക്കാരനായ , കഥാകാരനായ എനിക്ക്
അതൊരു പുത്തരിയല്ല . എത്ര നേരം വേണമെങ്കിലും
ഞാൻ കണ്ണടച്ചിരിക്കും, ഉള്ളിലെ കഥയിൽ
ജീവിക്കും,സംസാരിക്കും

ഞാൻ വിചാരിക്കുന്നത് എല്ലാവരും ഇങ്ങനെ
ആണെന്നാണ് ,

ആണോ ?

ഞാൻ പതിയെ കണ്ണ് തുറന്നു .

കാഴ്ച്ചക്ക് വ്യക്തത ഇല്ല , പല വർണ്ണങ്ങൾ അങ്ങോട്ടും
ഇങ്ങോട്ടും നീന്തി തുടിക്കുന്നു .

ഞാൻ " ഏലിയനെ " നോക്കി ,

അതിന് ചുറ്റും നീല നിറം .

എന്താണ് അതെന്നു എനിക്ക് മനസ്സിലായില്ല ,

ചിലപ്പോ മൈഗ്രെനുണ്ടാക്കി അവേസ്ഥയായിരിക്കും .

വീണ്ടും വീണ്ടും മനസ്സിലേക്ക് എന്തൊക്കയോ വന്ന് നിറയുന്നു . ആരോ എന്തോ പറയുന്നു .ചെവിക്കുച്ചുറ്റും തലക്ക് ചുറ്റും ശബ്ദം കറങ്ങികൊണ്ടിരിക്കുന്നു . മൂന്ന് വശത്തത് നിന്നും ഒരേ ശബ്ദം ഹെഡ്സെറ്റിലൂടെ കേൾക്കുന്ന പോലെയായിരുന്നു എനിക്ക് .

ഞാൻ ഇരിക്കുന്നതും തല അമർത്തിപിടിക്കുന്നതും ശബ്ദമുണ്ടാക്കുന്നതും ഒക്കെ കണ്ടിട്ടാവണം

ഓരോരുത്തരായി എന്റെ അടുത്തേക്ക് വന്നുകൊണ്ടിരുന്നു .

അതിൽ ഒരാൾ

എന്റെ മുതുകിൽ തടവികൊണ്ട് ചോദിച്ചു .

" എന്തു പറ്റി"

" പേടിച്ചിട്ടാണോ? "അടുത്ത ആൾ

" അടങ്ങുന്നുണ്ടോ, ശ്ലെ എന്താണ് ഇത്, ഞാൻ ചോദിക്കാം "

ഗൈഡ് പറഞ്ഞു .

"എന്താ എന്ത് പറ്റി "

"ഒരു മൈഗ്രെൻ അടിച്ചതാ, നല്ല വേദന, ഇത്തിരി കൂടിപ്പോയി, തലയിൽ സ്പീക്കർ വെച്ച പോലെ ശബ്ദം,

ഏതൊക്കെയോ കേൾക്കുന്നു "

ഞാൻ ചെവി പൊത്തി പിടിച്ചു .

മുതുകിൽ തടവിക്കൊണ്ട് ഗൈഡ് വീണ്ടും

ഞാൻ അയാളെ തല ഉയർത്തി നോക്കി .

എന്റെ മുഖ ഭാവം അയാൾ മനസ്സിലാക്കിയെന്നു തോന്നി .

"സാരമില്ല, ഇതെല്ലാം കണ്ട് പെട്ടന്ന് ഉണ്ടായതാവാം, എന്തെങ്കിലും പെയിൻ കില്ലർ ഉണ്ടോ? "

ഗൈഡ് വീണ്ടും

" ഉണ്ട്, അവിടെ ബാഗിലാ ..."

ഞാൻ പറഞ്ഞു .

"ദേ ഇതിന് അനക്കമുണ്ട് "

ഒരാൾ ആ രൂപത്തെ കൈ ചൂണ്ടി പറഞ്ഞു

എല്ലാരും പിന്നോക്കം മാറി.

ഭാഗം 06

<u>ചോദ്യം</u>

ശരിയാണ് അതിന് അനക്കമുണ്ട്

കൈ വിരലുകൾ അനങ്ങുന്നു .

കണ്ണുകളും ,

കണ്ണുകളിൽ എന്തോ വലങ്ങൾ ,അത്
ചെറുതാവുകയും വലുതാവുകയും ചെയ്യുന്നു .

അത് എന്റെ നേരെ തല ചരിച്ചു .

എന്റെ നേരെ ഒരു കൈ നീട്ടി .

ഞാൻ ഭയന്നു , നന്നായി ഭയന്നു .

പിന്നോക്കം മാറിയ ഞാൻ പുറകോട്ട് വീഴാൻ തുടങ്ങി

ആ കൈകൾ എന്റെ നേരെ തന്നെയാണ് , അത്
എന്നെ തന്നെയാണ് നോക്കുന്നത് . പിന്നോക്കം
മാറിയവരിൽ നിന്നും ഗൈഡ് മുന്നോട്ടുവന്നു .

അയാൾക്ക് വലിയ ധൈര്യമുണ്ട്

അതിന് സമീപം അയാൾ മുട്ടുകുത്തിയിരുന്നു .

പതിയെ അതിനെ കൈ കൊണ്ട് തൊട്ടു . പക്ഷെ അത്
അയാളെ ഒന്ന് നോക്കിയ പോലുമില്ല .

അത് പഴയപടി എന്നെ നോക്കി കൈ നീട്ടി പിടിച്ചു
കിടക്കുന്നു . അതിന്റെ കൈ വിരലുകൾ ചലിച്ചു
കൊണ്ടിരുന്നു .

ഗൈഡ് ഒന്ന് പതറിയെങ്കിലും ഇപ്പൊ കൈ വിട്ട ധൈര്യം
തിരികെ പിടിച്ചിരിക്കുന്നു .

അയാൾ പതിയെ ഒന്ന് രണ്ട് പ്രാവശ്യം തൊട്ടുനോക്കി .

അയാളെ അത് നോക്കിയതോ , അയാൾ തൊട്ടത്
അറിഞ്ഞതോ ആയ ഒരു ഭാവവും അത് കാണിച്ചില്ല .

അയാൾ വീണ്ടും വീണ്ടും തൊട്ടു,തടവിനോക്കി .

അതിന്റെ ശരീരത്തിൽ മുറിവുകൾ ഉണ്ട് പക്ഷേ
രക്തമില്ല , പകരം എന്തോ എണ്ണ പോലെ
തോന്നിക്കുന്ന ഒന്ന് .

"ആ ബലൂൺ പോലെ "

അയാൾ പറഞ്ഞു .

എല്ലാവരും അയാളെ നോക്കി .

അയാൾ വീണ്ടും അതിനെ കൈ കൊണ്ട്
കുത്തിക്കൊണ്ട് ഞങ്ങളെ നോക്കി .

ഞങ്ങളോടായി പറഞ്ഞു .

" ഇത് ആ ബലൂൺ തൊട്ടില്ലേ അതുപോലെ ഉണ്ട് "

എന്റെ തല പൊട്ടി പൊളിയുന്ന പോലെ

ഞാൻ തല പൊത്തി വീണ്ടും തറയിലിരുന്നു .

ഗൈഡ് , എഴുന്നേറ്റ് എന്റെ അടുക്കൽ വന്നു .

" മൈഗ്രെയ്ൻ? "

" ഉം "   ഞാൻ മൂളി

അയാൾ എന്റെ കണ്ണുകൾ പിടിച്ചു നോക്കി ,

" ഇത് മൈഗ്രെയ്ൻ മാത്രമല്ല, നിന്നെ ഹിപ്നോട്ടിസം
ചെയ്യാൻ നോക്കുന്നു. അതിന്റെ ലക്ഷണങ്ങളുണ്ട് ,
അല്ലെങ്കിൽ മറ്റെന്തോ ? "

അയാൾ 'അതിനെ' തിരിഞ്ഞു നോക്കി .

ഭാഗം 07

സംശയം

അതിന്റെ കൈ ഇപ്പോഴും എന്റെ നേരെ ആണ്

അപ്പോൾ ഒരാൾ

"അതിന് വായൊന്നും ഇല്ലല്ലോ, ചിലപ്പോ ഇങ്ങനെ
ആയിരിക്കും അത് സംസാരിക്കുന്നത് "

മറ്റൊരാൾ

" ഇങ്ങനെ കൈ കൊണ്ടോ? "

"ഒന്നു മിണ്ടാതെ, ചുമ്മാ മണ്ടത്തരം പറയാതെ,
അയാൾ പറഞ്ഞതിൽ കാര്യമുണ്ട്, വായില്ലാത്തത്
കൊണ്ട് വല്ല ടെലിപതിയിലൂടെയാവും
സംസാരിക്കുന്നത്, അതാണ് വലിയ തലവേദന ഇവന്
തോന്നുന്നത് "

ഗൈഡ് പറഞ്ഞു .

" അപ്പോ നമ്മളോട് ആരോടും അത്
സംസാരിക്കാത്തത് എന്തായിരിക്കും "

പുറകിൽ നിന്നും സംശയം .

"അത് ശരിയാണ് "

എല്ലാവർക്കും സംശയം , ഗൈഡിനും "

പുറകിൽ നിന്നും ഒരാൾ

" മൈഗ്രൈൻ ...."

" ഇതിൽ ആർക്കൊക്കെ മൈഗ്രൈൻ ഉണ്ട് "

പുറകിൽ നിന്നും ഒരാൾ വീണ്ടും ചോദിച്ചു .

" ആർക്കെങ്കിലും ഉണ്ടോ? "

ഇല്ല , ഇല്ല എന്നുള്ള മറുപടികൾ മാത്രമേ
ഉണ്ടായിരുന്നുള്ളു .

ഒരാൾ എന്നെ ചൂണ്ടി പറഞ്ഞു .

" ആർക്കും ഇല്ലല്ലോ? അതാണ് കാര്യം , ഇയാൾക്ക്
മാത്രമേ മൈഗ്രൈൻ ഉള്ളു ,അതാണ് കാര്യം "

ഗൈഡും എന്നെ നോക്കി ,

"ശരിയാണ്, എനിക്കും മൈഗ്രൈൻ ഇല്ല "

"നിങ്ങൾ എന്താണ് ഇങ്ങനെ പറയാൻ കാരണം?"

തിരിഞ്ഞുനോക്കി ആ ' ഒരാളോട് '   ഗൈഡ് ചോദിച്ചു .

" ഞാൻ ഒരു ഡോക്ടറാ, ഹോമിയോ, പിന്നെ പാരമ്പര്യ
വൈദ്യമാരുള്ള ഒരു തറവാടാ എന്റെ, ഇതൊരു ഉന്മാദ
അവസ്ഥ ആയിട്ടാ ഞങ്ങള് കാണുന്നെ. ചുരുക്കി
പറഞ്ഞാ തലച്ചോറിൽ ഉണ്ടാകുന്ന ഒരു സ്ഫോടനം ,
ഒരു ഇലട്രിക്കൽ പ്രസരണം . അച്ഛൻ പറയുന്നത്
,ഇങ്ങനെ ഉള്ളവർ തലച്ചോറ് കൂടുതൽ വികസിപ്പിച്ചാൽ
ഉള്ളുകൊണ്ടു സംസാരിക്കാൻ പറ്റുമെന്ന് ,
അതുപോലെ ഒരുപാട് കർമ്മങ്ങളുണ്ട്,
പരകായപ്രവേശം പോലെ, അതൊക്കെ ഇവർക്കേ
പറ്റൂ .ഞാനും ഇതിനെക്കുറിച്ച് ഒരുപാട് പഠിച്ചതാണ്,
എനിക്കും തോന്നിയിട്ടുണ്ട് സംഗതി ശരിയാണെന്ന് "

എല്ലാരും എന്നെ നോക്കി .

ഗൈഡ് എന്റെ തോളിൽ കൈ വെച്ചു .

" എന്റെ ഒരു തോന്നൽ വെച്ചു അത് നിങ്ങളോട്
എന്തോ പറയാൻ ശ്രമിക്കുന്നുണ്ട്, നിങ്ങളൊന്നു
ശ്രമിക്ക് ചിലപ്പോ ഡോക്ടർ പറഞ്ഞത്
ശരിയാണെങ്കിലോ? "

ഞാൻ അയാളെ നോക്കി , പിന്നെ ആ ജീവിയേയും

ഭാഗം 08

നേർക്കുനേർ

ഗൈഡ് പറഞ്ഞു

" നിങ്ങളൊരു കാര്യം ചെയ്യൂ, ഇവിടെ, ഇത്തിരി കൂടെ ഇതിന് അടുത്തേക്ക് ഇരിക്ക്, ഞങ്ങൾ മാറി നിൽക്കാം"

എന്നെ അതിന് അടുത്തേക്ക് നീക്കി ഇരുത്തി

ഗൈഡ് പിന്നോട്ട് മാറിനിന്നു .

എല്ലാവരും ഷൂട്ടിംഗ് തക്യതിയിലേക്ക് ....

എനിക്ക് എന്ത് ചെയ്യണമെന്ന് അറിയില്ലായിരുന്നു .

ഞാൻ അവരെ നോക്കി , ഗൈഡ് എന്നെ കൈ കൊണ്ട് എന്തൊക്കെയോ കാട്ടികൊണ്ടിരുന്നു .

ഞാൻ അതിനെ നോക്കി .

" നിങ്ങൾ അറിയുന്നുണ്ടോ, ഞാൻ നിങ്ങളുടെ ഭാഷയിലാണ്   വിവരിക്കുന്നത്, മനസ്സിലാകുന്നുണ്ടോ?

അറിയുന്നുണ്ടോ ? "

ഞാൻ ചുറ്റും നോക്കി , അതെ തോന്നലല്ല അതെന്നോട്
സംസാരിക്കുന്നു . അതും പച്ച മലയാളത്തിൽ

എന്റെ കണ്ണുകൾ വികസിച്ചു . പുരികങ്ങൾ ഉയർന്നു .

അതെന്നോട് സംസാരിക്കുന്നു.

ഞാൻ തിരിഞ്ഞു നോക്കി പറഞ്ഞു .

" അതെന്നോട് സംസാരിക്കുന്നു, മലയാളത്തിൽ "

എല്ലാവരിലും എന്റെ അത്ഭുതം
പകർന്നുകിട്ടിയിരിക്കുന്നു .

എന്നോട് എന്തോ ചോദിക്കാൻ തുനിഞ്ഞ ആളെ
നിശബ്ധനാക്കികൊണ്ട് ചുണ്ടിൽ ചൂണ്ടു വിരൽ
ചേർത്തുവെച്ച് , ഗൈഡ് എന്നെനോക്കി തുടരാൻ
കൈകൾ കാട്ടി .

ഞാൻ അതിനെ നോക്കി പറഞ്ഞു

" മനസ്സിലാകുന്നുണ്ട് "

" ഞാൻ   ' ജിയാരാ ' "

 " ജിയാരാ...? "

" എന്റെ പേര്,"

ഞാൻ സംശയത്തോടെ അതിനെ നോക്കി .

"അതെ എന്റെ പേര്, 'ജിയാരാ' "

അത് വീണ്ടും പറഞ്ഞു .

അത് എന്നോട് സംസാരിച്ചു തുടങ്ങിയിരിക്കുന്നു .

അല്ല ഞാൻ സംസാരിക്കുന്നു , അത് എന്റെ
തലയിലേക്ക് ,എന്റെ വിചാരങ്ങളിലേക്ക് അതിന്റെ
സംസാരത്തെ അയക്കുന്നു .ഒരു ഫോൺ മെസ്സേജ്
പോലെ എന്റെ ചെവിക്കുള്ളിൽ എവിടെയോ ?

പക്ഷെ എനിക്ക് മനസ്സിലാകുന്നുണ്ട് . എല്ലാം ...

"ജിയാരാ ... നിങ്ങൾ എല്ലാവരും ഇങ്ങനെ ആണോ
സംസാരിക്കുന്നത്? "

എന്റെ ആദ്യ ചോദ്യം .

"നിങ്ങൾക്ക് ഒരുപാട് കാര്യങ്ങൾ, ഒരുപാട്
സംശയങ്ങൾ, ഒരുപാട് അത്ഭുതം എല്ലാം ഉണ്ടെന്ന്
അറിയാം, ഞാൻ വിവരിക്കാം, അതിൽ ഉണ്ടാകുന്ന
സംശയങ്ങൾ എന്നോട് ചോദിക്കൂ, ഞാൻ തീർത്ത്
തരാം, അതിന് ശേഷം എനിക്കും കുറച്ചുകാര്യങ്ങൾ

അറിയുവാനുണ്ട്, അത് എന്നോട് നിങ്ങൾ പറയണം "

തീർത്തും ന്യായം, വലിച്ചു നീട്ടാതെ കാര്യങ്ങൾ
അറിയാം,

ഒരേ ഒരു കാര്യം , അച്ചടി ഭാഷയിലാണ് അത്
സംസാരിക്കുന്നത് , എനിക്ക് എന്ത് മനസ്സിലാകുമെന്ന്,
ഏത് ഭാഷ മനസ്സിലാകുമെന്ന് അതിന് അറിയാമെന്ന്
തോന്നി.

" ശരി, സമ്മതിച്ചു "

ഞാൻ അതിനോട് പറഞ്ഞു .

"നിങ്ങൾക്ക് പ്രകാശ വർഷമെന്ന വാക്ക് സുപരിചിതം
എന്ന് ഞാൻ വിശ്വസിക്കുന്നു. ഞങ്ങൾ നക്ഷത്രങ്ങൾ,
നക്ഷത്രവ്യൂഹങ്ങൾ എന്നിവയ്ക്കിടയിലുള്ള ദൂരം
അളക്കുന്നതിനാണ് ഇത് ഉപയോഗിക്കുന്നത്. നിങ്ങളും,
ഞങ്ങളുടെ എല്ലാ സമയ പരിധികളും അതിലാണ്
അടിസ്ഥാന പെടുത്തിയിരിക്കുന്നത് .

അതായത് പ്രകാശം ഒരു സെക്കന്റിൽ 3 ലക്ഷം
കിലോമീറ്റർ സഞ്ചരിക്കും. ഈ കണക്കിൽ, ഒരു മിനിറ്റ്
കൊണ്ട് പ്രകാശത്തിനു ഏകദേശം ഒരു കോടി
എൺപത് ലക്ഷം കിലോമീറ്ററും ,

എന്നാൽ ഇതിലും ഇരിട്ടിയിലാണ് ഞങ്ങളുടെ കണക്ക്
ഞങ്ങൾ പ്രകാശത്തിനും ഇരട്ടി വേഗത്തിൽ യാത്ര
ചെയ്യാവുന്ന ഒന്നിനെ കണ്ടെത്തി . പക്ഷേ ഒരുപ്രശ്നം
ഉണ്ടായിരുന്നു ജീവനുള്ള ഒരു വസ്തുവിന് അങ്ങനെ
സഞ്ചരിക്കാൻ കഴിയുമായിരുന്നില്ല . അതിനെ
മറികടക്കാൻ ഞങ്ങൾ ഉപയോഗിക്കുന്ന ഒരു
മാർഗ്ഗമാണ് , നിങ്ങൾ പറയുന്ന UFO "

ഞാൻ അതിനെ തന്നെ നോക്കിയിരുന്നു , ഒരു കുട്ടിയെ
പോലെ

" ആദ്യമേ പറയട്ടെ, ഇപ്പൊ നിങ്ങളുടെ മുന്നിൽ
കിടക്കുന്ന ഈ ഞാൻ, അല്ലെങ്കിൽ വിചിത്ര രൂപം,
വായില്ലാത്ത, വസ്ത്രമില്ലാത്ത ഈ രൂപം, ഇത് ഒരു
മീഡിയം മാത്രമാണ്. ഒരു നിർമിത വസ്തു . ഇതിന്
ജീവനില്ല ,ഡേറ്റ കൈമാറാനും സുരക്ഷിതമായി
പരീക്ഷണങ്ങൾ നടത്താനും ഇതിനെ
ഉപയോഗിക്കുന്നു. ഇതിനെ പലരൂപത്തിൽ മാറ്റാനും
പല ജീവജാലകളെ പോലെ രൂപം മാറ്റാനും കഴിയും "

എനിക്ക് ഒന്നും പറയാനില്ല ,ചോദിക്കാനും , എല്ലാം
പുതിയവ ,ഞാൻ കേട്ടിരുന്നു ,

അത് പറഞ്ഞുകൊണ്ടിരുന്നു .

ഭാഗം 09

വിവരണം

"ഹൗമിയ എന്നൊരു ചെറു ഗ്രഹമുണ്ട്, നിങ്ങളുടെ
ഭാഷയിൽ പറഞ്ഞാൽ കുള്ളൻ ഗ്രഹം, ജലം,
അമോണിയ, മീഥെയ്ൻ എന്നിവ നിറഞ്ഞതും എന്നാൽ
വാസയോഗ്യ മാക്കി ഞങ്ങൾ ഉപയോക്കുന്ന
അവിടെനിന്നാണ് ഞാൻ ഇപ്പോൾ നിങ്ങളോട്
സംസാരിക്കുന്നത്, ഇത് ഞങ്ങളുടെ വാസ കേന്ദ്രമല്ല,
ഇടത്താവളം മാത്രം. നെപ്ട്യൂണിനു പുറത്തുള്ള
കൈപ്പർ വലയം എന്നറിയപ്പെടുന്ന ഭാഗത്തായി ഇത്
നിൽക്കുന്നു , സ്വന്തം ഗുരുത്വബലമുള്ളതിനാൽ
അവിടെ നിർമിതികൾക്ക് ഒരു ബുദ്ധിമുട്ടും
ഉണ്ടായിരുന്നില്ല "

ഞാൻ എല്ലാം കേട്ടുകൊണ്ടിരുന്നു , ഒരു ആയിരം
ചോദ്യങ്ങൾ ഉള്ളിലുണ്ട് ,

പക്ഷെ എന്റെ ഉള്ളിലുള്ള എല്ലാം
മനസ്സിലാക്കിയാണല്ലോ അത്
പറഞ്ഞുകൊണ്ടിരിക്കുന്നത് ,

ഭൂമിയെ കുറിച്ചുള്ള അഭിപ്രായം ഇവരുടെ
ഉണ്ടായിരിക്കും ,എന്തായിരിക്കും ഇവർക്ക് മനുഷ്യൻ ,

പുറത്ത് എവിടെയാണ് ഇവരുള്ളത് ?

ആയിരം ചോദ്യങ്ങൾ

ഞാൻ പലതും ചിന്തിച്ചുകൊണ്ട്

അതിനെ തന്നെ നോക്കിയിരുന്നു ,ഒരു
കുഞ്ഞിനെപ്പോലെ

" ജിയാരാ " തുടർന്നു.

" ഞങ്ങൾ ഒരിക്കലും എത്തിനോക്കാത്ത ഒന്നായിരുന്നു
നിങ്ങളുടെ ഭൂമി, കാലങ്ങൾക്കുമുമ്പേ ഞങ്ങൾ
'ഹൗമിയ' പോലെ ഭൂമി ഉപയോഗിച്ചിരുന്നു, പക്ഷേ ഒട്ടും
വാസയോഗ്യമല്ലാത്തതും അളവിൽ കവിഞ്ഞ
ഗുരുത്വബലമുള്ളതിനാൽ ഇടയ്ക്കിടെ
ചുഴലിക്കാറ്റുകളും ഭീമാകാരമായ തിരമാലകളും
സ്ഫോടനകളും ഉണ്ടാക്കിക്കൊണ്ടിരുന്നു.

അത് ഇപ്പോഴും തുടരുന്നു . പിന്നെ നിലക്കാത്ത
ഇടിമിന്നലോട് കൂടിയ മഴയും ,വിചിത്ര രൂപങ്ങളുള്ള
വലിയ ജീവികളും ,

എന്തിന് പറയുന്നു ,ഞങ്ങൾക്ക് ഭൂമി ഒരിക്കലും ജീവൻ
നിലനിൽക്കാത്ത പാഴിടമാണ് . അതുകൊണ്ടാണ്
മറ്റൊരു സിവിലൈസേഷനുകളും ഇങ്ങോട്ട്
എത്തിനോക്കാത്തത് ,

ഞങ്ങൾ കണ്ടിട്ടുള്ളതിൽ ഭൂമിയിലെ ജീവികൾക്കാണ്
ഏറ്റവും ജീവിത ചക്രം കുറവുള്ളത് ,നിങ്ങൾക്ക്
മനസ്സിലാകുന്നപോലെ
പറയുകയാണെങ്കിൽ,നിങ്ങളുടെ , മനുഷ്യരുടെ

ആയുസ്സ് അത് ഞങ്ങളുടെ സമയത്തിൽ
കണക്കുകൂട്ടുമ്പോൾ ആറ് ആഴ്ച . അത്രേ ഉള്ളൂ .

പക്ഷേ അത് തന്നെ ഞങ്ങൾക്ക് അതിശയമായി .
പെട്ടെന്ന് മരിക്കുന്ന ജീവികളായിട്ടുകൂടി മനുഷ്യൻ
പെട്ടെന്നാണ് മുന്നേറുന്നത് ,ഞങ്ങളുടെ അറിവിന്റെ
ഒരു ശതമാനം മാത്രമാണ് ഇപ്പൊ മനുഷ്യനുള്ള അറിവ് ,
അൽപ്പ ജീവിയായ മനുഷ്യൻ അത് കൈ
മാറിപ്പോകുന്ന രീതി അത്ഭുതമാണ് . പരീക്ഷണ വസ്തു
പോലെ ഞങ്ങൾ ഇവിടെ നിന്നും മനുഷ്യനെ ഒരുപാട്
കൊണ്ടുപോയി ,പക്ഷേ പെട്ടെന്ന് മരിക്കുന്ന
ജീവികളായതിനാൽ അത് പൂർത്തികരിക്കാൻ
കഴിഞ്ഞിരുന്നില്ല . ഇന്ന് അത് നടക്കുമെന്ന് കരുതുന്നു .
ഭൂമിയിൽ മുൻപ് വന്നുപോയ ഞങ്ങളുടെ ആളുകളിൽ
നിന്നും നിങ്ങൾ നിങ്ങൾക്കുള്ള പല
ടെക്നോളജികളും ഉണ്ടാക്കിയതായിട്ടാണ് ഞാൻ
മനസ്സിലാക്കിയത് , ഇനിയും കുറെ കാര്യങ്ങൾ എനിക്ക്
നിങ്ങളിൽ നിന്നും അറിയേണ്ടതുണ്ട് . ഇതു എനിക്ക്
കിട്ടിയ ഒരു അവസരമായി ഞാൻ കാണുന്നു ."

" ഉറപ്പായും എനിക്ക് അറിയാവുന്ന കാര്യങ്ങൾ ഞാൻ
പറയാം " ഞാൻ പറഞ്ഞു.

എന്റെ ഭയത്തിന് കുറവുണ്ടിരിക്കുന്നു .

ജിയാരാ തുടർന്നു

" നിങ്ങളുടെ ദിനരാത്രങ്ങൾ വളരെ ചെറുതാണ്,
കാരണം ഭൂമിയുടെ സ്വയമുള്ള കറക്കം തന്നെ, അത്
വലിയ വേഗത്തിലാണ് കറങ്ങിക്കൊണ്ടിരിക്കുന്നത്,
മുൻപ് ഈ വേഗത കുറവായിരുന്നു.

ഞങ്ങൾക്ക് ഇതിൽ തുടരാൻ പറ്റാത്തതിനുള്ള കാരണവും ഈ വേഗതയാണ് . പക്ഷേ ഇവിടെ ഉള്ള ജീവജാലങ്ങൾ അതിനോട് പൊരുത്തപ്പെട്ടു . വളരെ പെട്ടന്ന് .

കൂടാതെ മനുഷ്യനെ പോലെ ഒരു ജീവിവർഗ്ഗം ഇത്ര പുരോഗതി പ്രാപിക്കുമെന്നും ഞങ്ങൾ കരുതിയില്ല."
"എനിക്ക് കിട്ടിയ ഒരു ചുമതലയാണ് മനുഷ്യനെക്കുറിച്ച് ഒരു പഠനം നടത്തുക എന്നത്. ഒരു പരീക്ഷ എന്നുവേണമെങ്കിൽ പറയാം ,

ഞങ്ങളുടെ ഗ്രൂപ്പിൽ ഏഴ് പേരാണ് ഉണ്ടായിരുന്നത് . ബാക്കിയുള്ളവർക്ക് സൈൻ ബോഡിയുമായി ബന്ധം നഷ്ടപ്പെട്ടു . മനസിലായില്ല അല്ലേ , നിങ്ങളുടെ മുന്നിൽ കിടക്കുന്ന ' ആ അതിനെ ' ഞങ്ങൾ കൊടുത്തിട്ടുള്ള പേരാണ് സൈൻ ബോഡി "

"സൈൻ ബോഡി? "

ഞാൻ അതിനെ ഉറ്റുനോക്കി ,അറിയാതെ ഉരുവിട്ടു .

ജിയാരാ തുടർന്നു .

" അതെ, നിങ്ങൾ രൂപത്തിൽ ഏതാണ്ട് ഞങ്ങളെ പോലെയാണ് പക്ഷേ നിങ്ങളേക്കാൾ ഒരു രണ്ട് ഇരട്ടിയോളം വലിപ്പം ഞങ്ങൾക്ക് കൂടും. കൈ കാലുകൾ ബലിഷ്ഠമാണ് , പിന്നെ ഞാൻ ഒരു പെൺവർഗ്ഗമാണ് . ഞാൻ മാത്രമല്ല ഞങ്ങൾ ഏഴ്

പേരും . ഞങ്ങൾ മനുഷ്യരെ കൂടുതൽ അറിയാൻ
നോക്കിയതിന് കാരണവും ഈ രൂപ സാമ്യതയാണ് .

എനിക്ക് അവരുടെ ഗ്രഹത്തെകുറിച്ച് അറിയാൻ
താല്പര്യമുണ്ടായിരുന്നു .

എന്റെ ഉള്ളിലൂടെ ജിയാരാ അത് മനസ്സിലാക്കിയെന്നു
തോന്നി .

ജിയാരാ തുടർന്നു .

" നിങ്ങളുടെ ഭൂമിയുടെ പതിനാറുമടങ്ങ് വലിപ്പമുള്ള
ഒന്നാണ് ഞങ്ങളുടെ ഗ്രഹം, ആറ് ഉപഗ്രഹങ്ങൾ
ഞങ്ങൾക്കുണ്ട്. നിങ്ങളുടെ സൂര്യനെക്കാൾ പല മടങ്ങു
വലിപ്പമുള്ള ഒരു സ്വന്തം നക്ഷത്രവും .
ആയിരകണക്കിന് സിവിലൈസേഷനുകൾ ചുറ്റുമുണ്ട്.
പലതരം ജീവജാലങ്ങൾ പലതരം സൗരയൂഥങ്ങൾ

അനന്തമാണത് ,ആർക്കും അവസാനം കാണാൻ
സാധിക്കാത്ത അത്ര വലുത് "

എന്റെ കണ്ണുകൾ വികസിച്ചുതന്നെയിരുന്നു .

ജിയാരാ തുടർന്നു

" നിങ്ങൾ, ന്യൂക്ലിയർ സ്ഫോടങ്ങൾ നടത്തുന്നത്
ഞങ്ങൾ നോക്കി കണ്ടു, നിങ്ങൾ പലതരം
സഞ്ചരയോഗ്യമായ വാഹനങ്ങൾ നിർമ്മിക്കുന്നത്
ഞങ്ങൾ കണ്ടു. വലിയ വാസസ്ഥലം നിർമിക്കുന്നത്
കണ്ടു .

എവിടെ നിന്നാണ് നിങ്ങൾക്ക് ഈ അറിവുകൾ

കിട്ടിയെതെന്ന് ഞങ്ങൾ പരിശോധിച്ചു.

ഞങ്ങളിൽപെട്ട ആരുടെയോ സഹായങ്ങൾ ഉണ്ടായിട്ടുണ്ടാവും.

കാരണം അവിടെ ഉണ്ടാകുന്ന പലതും ഞങ്ങളുടെ ഒരു ചെറിയ പകർപ്പാണ് .

എന്നിട്ടും നിങ്ങൾ നിങ്ങളുടെ ആവശ്യങ്ങൾക്ക് മാത്രമായി കണ്ട് കണ്ടുപിടുത്തങ്ങൾ നടത്തുന്നു. പരിമിത പെട്ടിരിക്കുന്നു .

ശരീരത്തിലൂടെ അല്ലാതെ മനസ്സുകൊണ്ട് സഞ്ചരിക്കാൻ ശ്രമിക്കുമ്പോൾ മാത്രമാണ് പുതിയലോകകൾ മുന്നിൽ തുറക്കുന്നത് .

അത് നിങ്ങൾ അറിയാതെ പോകുന്നു .

ഭൂമിയിലെ 'എല്ലാം' സൂര്യതാപത്തിൽ കുറച്ചു കാലംകൊണ്ട് ഇല്ലാതാകും അവസാനം ഇതും 'ഹൗമിയ' പോലെയായിമാറുന്ന കാലം വരും ,

പക്ഷേ മനുഷ്യരെ എങ്ങനെ നിലനിർത്താനാകും അതാണ് ഞങ്ങൾക്ക് കിട്ടിയിരിക്കുന്ന ചുമതലയുടെ ആകെ രൂപം ."

ഞാൻ ഇടക്ക് തിരിഞ്ഞുനോക്കുന്നുണ്ടായിരുന്നു . പുറകിൽ അവരെല്ലാം ഫോണുകളും ക്യാമറകളുമായി ഞങ്ങളെ തന്നെ ഉറ്റുനോക്കി കൊണ്ടിരിക്കുന്നു .

ഞാൻ പറയുന്ന കാര്യങ്ങൾ മാത്രമാണ് അവർക്ക് മനസ്സിലാകുന്നത് . എന്നാൽ ജിയാരാ പറയുന്നത്,

എന്റെ ഉള്ളിലേക്ക് കടത്തിവിടുന്ന വിവരങ്ങൾ, അത് അവർക്ക് അന്യമാണ് .

ജിയാരാ തുടർന്നു

" ഈ പ്രപഞ്ചത്തിലെ ഏറ്റവും വലിയ പ്രശ്നം, ഓരോ നക്ഷത്രവ്യൂഹത്തിനും ഓരോ ഗുരുത്വ ബലമാണുള്ളത് എന്നതാണ്. ഓരോ നക്ഷത്രങ്ങളും പലവേഗത്തിൽ നീങ്ങികൊണ്ടിരിക്കുന്നു .അതിനൊപ്പം അതിനെ ചുറ്റി പല ഗ്രഹങ്ങളും ഉപഗ്രഹങ്ങളും കുള്ളഗ്രഹങ്ങളും വലിയ ഉൽക്കകൾ അങ്ങനെ ഒരുപാടും. നിങ്ങളുടെ സൂര്യൻ എന്ന നക്ഷത്രത്തിനുള്ള ഏതാണ്ട് അതെ വേഗതയാണ് ഞങ്ങളുടെ നക്ഷത്രത്തിനുള്ളത് പക്ഷെ ഗുരുത്വ ബലത്തിൽ വ്യത്യാസമുണ്ട് . നിങ്ങളുടെ നക്ഷത്രം ഏതാണ്ട് ഞങ്ങളുടെ നക്ഷത്രത്തിന് സമാനമായിട്ടാണ് നീങ്ങുന്നത് ,അതും ഞങ്ങൾക്ക് ഭൂമിയിലേക്ക് വരാൻ ഗുണകരമായി. നിങ്ങൾക്കറിയാമോ ഭൂമിക്ക് മൂന്ന് ഉപഗ്രഹങ്ങളുണ്ടായിരുന്നു . ഗുരുത്വബലത്തിൽ വന്നമാറ്റം ,രണ്ട് എണ്ണം അതിന്റെ പാതയിൽ നിന്നും മാറി സൂര്യനെ ചുറ്റി തുടങ്ങി ."

ഓരോ വിവരത്തിലും ഞാൻ ചെറുതായികൊണ്ടിരുന്നു . മനുഷ്യൻ ഒന്നുമല്ല എന്ന ബോധം എല്ലാവരിലും വേണം.

ജിയാരാ തുടർന്നു

" അതുകൊണ്ട് ആദ്യം നിങ്ങൾ മനസ്സിലാക്കേണ്ട പാഠം, നിങ്ങളുടെ സൂര്യനും നിങ്ങളും നിൽക്കാതെ സഞ്ചരിച്ചുകൊണ്ടേയിരിക്കുന്നു. ഒരു നക്ഷത്രമുണ്ടാകുന്ന കാലം മുതൽ അത് ഇല്ലാതാകുന്ന

കാലം വരെ അവ സഞ്ചരിക്കും ,ആ പോക്കിൽ
പലതും ഉണ്ടാകും അതിലൊന്ന് മാത്രമാണ് ഭൂമി.
ഇതിലൂടെ ഊഹിച്ചൽ നിങ്ങൾക്ക് മനസ്സിലാക്കാം ഈ
പ്രപഞ്ചം എത്ര വലുതാണെന്നും അനന്തമാണെന്നും "

ജിയാരാ തുടർന്നു

" നിങ്ങളുടെ ഒരു വിധമുള്ള സംശയങ്ങൾ മാറിയെന്ന്
ഞാൻ വിശ്വസിക്കുന്നു, ഇനി എനിക്ക് അറിയേണ്ട ചില
കാര്യങ്ങളുണ്ട്, ഒന്ന് വിവരിക്കുമോ?"

" തീർച്ചയായും, ചോദിച്ചോളൂ "

ഞാൻ പറഞ്ഞു .

" മനുഷ്യന്റെ പൊതുവായ ആഹാര രീതി ഒന്ന്
വിവരിക്കാമോ? "

ജിയാരാ ചോദിച്ചു .

" എനിക്കറിയാവുന്ന കാര്യം ഞാൻ വിവരിക്കാം,
മനുഷ്യരിൽ പലരീതിയിൽ ഭക്ഷണം കഴിക്കുന്നവരുണ്ട്,
അവർ പറയും സസ്യഭുക്കാണെന്നും

മാംസഭുക്കാണെന്നും ഒക്കെ, ഞാൻ പറയുന്നു
ജീവിക്കാൻ വേണ്ടി മനുഷ്യൻ എന്തും കഴിക്കും,
ഭൂമിയിൽ ആഹാര യോഗ്യമായ എന്തിനേയും,
കഴിച്ചാൽ ശാരീരിക ബുദ്ധിമുട്ടുകൾ ഉണ്ടാക്കാത്ത
എന്തും "

ഞാൻ പറഞ്ഞു.

"പുനരുൽപാദനം എങ്ങനെയാണ്? "

ജിയാരാ വീണ്ടും ചോദിച്ചു .

" മനുഷ്യരിൽ ആണും പെണ്ണുമുണ്ട്, ആൺ
വർഗ്ഗത്തിലെ ബീജവും പെണ്ണവർഗ്ഗത്തിലെ അണ്ഡവും
ചേർന്ന് ഒരു പുതിയ മനുഷ്യൻ ഉണ്ടാകുന്നു. പല
രീതിയിൽ ഇവ രണ്ടും ചേരും , പരസ്പര ലൈംഗിക
ബന്ധത്തിലൂടെ , ഇപ്പോൾ പുറത്ത് ലാബുകളിലും.

ബീജസങ്കലനം എന്നാണ് ഇതിന് പറയുന്നത്.
പെൺവർഗ്ഗത്തിൽ ഗർഭപത്രത്തിലാണ് കുട്ടി രൂപം
കൊള്ളുന്നത് "

ഞാൻ പറഞ്ഞു .

" നിങ്ങൾ എങ്ങനെ വിവരങ്ങൾ കൈ മാറുന്നു, വളരെ
ചെറിയ ജീവിത ചക്രമല്ലേ നിങ്ങൾക്കുള്ളു "

ജിയാരാ വീണ്ടും ചോദിച്ചു .

"മനുഷ്യൻ ഒരു സാമൂഹിക ജീവിയാണ്, കൂട്ടമായി ജീവിക്കാൻ ഇഷ്ടപ്പെടുന്നത്, എന്നാൽ എല്ലാവരിലും വ്യത്യസ്ഥ സ്വഭാവവും. അവർ പരസ്പരം വിവരങ്ങൾ പലരീതിയിൽ കൈമാറുന്നു , പലതരം വാഹനങ്ങൾ ഉപയോഗിച്ച് ഭൂമിയിൽ എല്ലായിടവും സന്ദർശ്ശിക്കുന്നു . ഇന്റർനെറ്റ് ഞങ്ങളെ പരസ്പരം കൂടുതൽ അടിപ്പിക്കുന്നു .

നിങ്ങൾ നോക്കുമ്പോൾ ചെറിയ ജീവിതചക്രമാണെങ്കിലും ഞങ്ങൾക്ക് അങ്ങനെയല്ല.

 ഭൂമിയുടെ കറക്കം മൂലമുണ്ടാകുന്ന വ്യത്യാസങ്ങൾ ഞങ്ങൾക്ക് ദിനരാത്രങ്ങളാണ് . അതിനെ അളവുകോലാക്കി ഞങ്ങൾ സമയമുണ്ടാക്കി . 365 ദിവസങ്ങൾ ഒരുവർഷമാക്കി.

അങ്ങനെ നോക്കുമ്പോൾ ഒരു മനുഷ്യൻ പരമാവധി 120 വർഷം ജീവിച്ചിരിക്കും, 100വയസിന് മുകളിൽ മനുഷ്യജീവിതം അപൂർവമായ ഒന്നാണ്."

എന്നാലും ഞങ്ങൾക്ക് അത് വളരെ നീളമുള്ള കാലയളവാണ്."

ഞാൻ പറഞ്ഞു .

ജിയാരാ വീണ്ടും ചോദിച്ചു .

"മനുഷ്യനെ കുറിച്ച് പൊതുവായകാര്യങ്ങൾ ഒന്ന് വിവരിക്കാമോ?"

ഞാൻ തുടർന്നു

" കോശങ്ങളാണ് മനുഷ്യശരീരത്തിന്റെ നിലനിൽപ്പിന് ആധാരം. കോശനിരയിൽനിന്നാണ് പുരുഷ ബീജം ഉണ്ടാകുന്നത്. കോശങ്ങൾ വിഭജിക്കാൻ തുടങ്ങുന്നത് കൗമാരകാലത്താണ്.

കോടാനുകോടി കോശങ്ങളാണ് മനുഷ്യശരീരത്തിൽ. ദിവസേന നശിക്കുന്ന കോശങ്ങളുടെ എണ്ണം ആയിരങ്ങളിലായിരിക്കും. അതുകൊണ്ട് തന്നെ വർഷങ്ങൾ കൊണ്ടാണ് മനുഷ്യർക്ക് പ്രായമാകുന്നത്.

മനുഷ്യരിൽ 18 വയസോടെ വളർച്ച പൂർത്തിയാകുന്നു. എന്നാൽ പിന്നീട് കോശ വിഭജന തോത് പതുക്കെ കുറയുകയും പുതിയതായി ഉണ്ടാകുന്ന കോശങ്ങളുടെ എണ്ണം നശിക്കുന്ന കോശങ്ങളുടെ എണ്ണത്തിനു തുല്യമാവുകയും ചെയ്യുന്നു. അതോടെ വളർച്ച നിലക്കുന്നു.

കോശങ്ങളാണ് മനുഷ്യശരീരത്തിന്റെ നിലനിൽപ്പിന് ആധാരം.

പിന്നീട് ഈ തോത് മാറിവരുന്നു മനുഷ്യൻ മരിക്കുന്നു. ഗ്ലൂക്കോസ് ഓക്സിജനുമായി സംയോജിക്കുന്നതിലൂടെ ലഭിക്കുന്ന ഊർജ്ജമാണ് മനുഷ്യജീവനെ പിടിച്ചു നിർത്തുന്നത്. "

പണ്ട് എവിടെയോ വായിച്ചതോർത്തെടുത്ത് ഒറ്റ ശ്വാസത്തിൽ ഞാൻ പറഞ്ഞുതീർത്തു .

" മറ്റ് ജീവജാലങ്ങളെ നിങ്ങൾ എങ്ങനെ കാണുന്നു?"

ജിയാരായുടെ അടുത്ത ചോദ്യം വീണ്ടും

പെട്ടന്ന് വലിയ ശബ്ദത്തിൽ എന്തോ കേട്ടു ,

ഞാൻ ചുറ്റും നോക്കി .

ഭാഗം 10

അവസാനം

ചുവന്ന പ്രകാശം അവിടമാകെ നിറഞ്ഞുവന്നു .

ഞാൻ മുകളിലേക്ക് നോക്കി , കൂടെയുണ്ടായിരുന്ന അവരും

" സിഗ്നൽ പിസ്റ്റൾ "

ഗൈഡ് ഉറക്കെ പറഞ്ഞു

"ആർമിയാണ്, വാ, വാ ... എല്ലാവരും വാ "

വീണ്ടും പറഞ്ഞുകൊണ്ട്

ഗൈഡ് എന്റെ അടുത്തേക്ക് ഓടിവന്നു , എന്റെ കൈയ്യിൽ പിടിച്ചുകൊണ്ട് ഓടാൻ ആരംഭിച്ചു .

ഞാൻ   ജിയാരായെ തിരിഞ്ഞുനോക്കി .

അവൾ സംസാരിക്കുന്നില്ല , കൈകൾ അനങ്ങുന്നില്ല ,

ജിയാരക്കും അവളുടെ സൈൻ ബോഡിയുമായുള്ള ബന്ധം നഷ്ടമായിരിക്കുന്നു .

എന്തൊക്കെയാണ്

നടന്നത് , നടക്കുന്നത്

ഞങ്ങൾ ഓടുകയാണ് ,

പഴയ സ്ഥലത്ത് നിന്നും കുറച്ചുകൂടി മാറി ഞങ്ങൾ

മറഞ്ഞിരുന്നു.

പലരും കമഴ്ന്നുകിടന്നു .

താഴെ നിന്നും ആൾക്കാരുടെ ശബ്ദങ്ങൾ കേട്ടു തുടങ്ങി, മുകളിലൂടെ ഒന്നുരണ്ട് ഹെലികോപ്റ്ററുകൾ പറന്നുപോയി .

ആകെ

പ്രകാശമയം

ശബ്ദമയം

" നമുക്ക് മറുവശത്തു കൂടി താഴേക്ക് പോകാം, കുറച്ചു ബുദ്ധിമുട്ടാണ്, എന്നാലും അതാണ് നല്ലത്, വിശ്രമിക്കാൻ പറ്റിയ ഒരിടവും അവിടുണ്ട്."

ഗൈഡ് പറഞ്ഞു

ഞങ്ങൾ കുട്ടികളെ പോലെ അയാളുടെ പിന്നാലെ നടന്നു .

പക്ഷേ എല്ലാവരുടേയും നോട്ടം എന്റെ മുഖത്തയിരുന്നു.

എല്ലാവരുടെയും മുഖത്ത് ആകാംഷ നിറഞ്ഞിരുന്നു .

" ഇപ്പൊ ഓരോന്ന് ചോദിക്കാൻ നിക്കണ്ട, നാളെ താഴെ എത്തിയിട്ട് സമാധാനമായി നമുക്ക് ഇതിനെക്കുറിച്ചറിയാം, മതിയല്ലോ?"

ഗൈഡ് എല്ലാവരോടുമായി ചോദിച്ചു .

എല്ലാവർക്കും ഒരേ ഉത്തരമായിരുന്നു .

" മതി "

ഞങ്ങൾ ഗൈഡ് പറഞ്ഞ സ്ഥലമെത്തി , ഏകദേശം അരമണിക്കൂറെങ്കിലും നടന്നുകാണണം , ആരും ഒന്നും മിണ്ടിയില്ല.

എല്ലാവരും അവശരായിരുന്നു .

സമയം ഓടിക്കൊണ്ടിരുന്നു .മിക്കവരും ഉറക്കമായെന്ന് തോന്നി .

ഞാൻ മുകളിലേക്ക് നോക്കി ,

കൃത്രിമ പ്രകാശത്തിന് സ്ഥാനമില്ലാത്ത ആകാശത്തിൽ നക്ഷത്രങ്ങളുടെ മായിക ലോകം ഞാൻ കാണുകയായിരുന്നു .

തണുത്ത കാറ്റ് ,അസ്ഥി മരവിപ്പിക്കും തണുപ്പ് .

ഏങ്ങും നിശബ്ദമായ അന്തരീക്ഷവും ശുദ്ധവായുവും.

ഞാൻ തിരിഞ്ഞു നോക്കി.

ടെൻഡിൽ നിന്നും കൂർക്കംവലികളുടെ ശബ്ദം കേൾക്കുന്നുണ്ട് .

 അവരെല്ലാം നല്ല ഉറക്കമായി.

മനസ്സിന് ഒരു മാറ്റം വരുത്താൻ മാത്രമായി ഞാൻ കണ്ട യാത്ര .

പക്ഷെ ഇത് ,ഇതെന്നെ ഒരുപാട് മാറ്റിയിരിക്കുന്നു .

പുറകിൽ

താഴെയെത്തിയാൽ ലോകത്തെ പിടിച്ചു കുലുക്കാൻ
പോന്ന ഫോട്ടോകളും വീഡിയോകളും കൊണ്ട്
സമ്പുഷ്ടമായ ഫോണുകളും ക്യാമറകളും
ഉറങ്ങുകയാണ് .

നാളെ , നാളെയാണ്

THE END

വാല്‍ക്കഷ്ണം

കൂടി വായിക്കുക

വാൽകഷ്ണം

ദൂരെ എവിടെയോ പക്ഷികൾ
ശബ്ദമുണ്ടാക്കുന്നുണ്ട് . ഞാൻ കണ്ണുകൾ തുറന്നു .

ഇന്നലെ രാത്രിയിൽ എന്തൊക്കെയാണ് നടന്നത് .

എല്ലാം ഒരുമായകാഴ്ച്ചപോലെ തോന്നുന്നു .

 ഞാൻ പതിയെ എഴുന്നേറ്റു . ആരുടേയും അനക്കം
കാണുന്നില്ല .

ഞാൻ എപ്പോഴാണ് ഇവിടെ വന്നിരുന്നത് .
ഓർമ്മയുള്ളപ്പോൾ ആകാശം
നോക്കിയിരിക്കുകയാണ്.

ഞാൻ കുറച്ചു നേരം കൂടി അങ്ങനെ ഇരുന്നു .

കൂർക്കംവലികൾ ഉയർന്നപ്പോൾ കുറച്ചുകൂടി
മാറിയിരുന്ന ഓർമ്മയുണ്ട് .

 എന്തോ ആകട്ടെ , അവരെന്നെ തിരയുന്നുണ്ടാകും .

ഞാൻ പുറത്ത് പറ്റിയിരുന്ന മഞ്ഞുശകലങ്ങൾ
തട്ടിക്കളഞ്ഞു .

പതിയെ എഴുന്നേറ്റു .

ആരും ഇല്ല .

ഞാൻ ചുറ്റും നോക്കി .

അതെ ആരും ഇല്ല .

എന്നെ കൂട്ടാതെ അവർ പോയോ ?

എന്നെ കൂട്ടാതെ പോകുമോ ?

ഇല്ല

ഒരിക്കലുമില്ല .

കൂടാരങ്ങൾ പൊളിച്ചു മാറ്റിയിരിക്കുന്നു .

എല്ലാവരും പോകാൻ റെഡിയായെന്ന് തോന്നുന്നു .

ഞാൻ ചുറ്റും നോക്കി .

ആരേയും കാണുന്നില്ല .

അവർക്കെങ്ങനെ എന്നെ ഒഴിവാക്കി പോകാനാകും?

ഒരിക്കലുമില്ല

ഞാനാണ് ,ജിയാരാ യുമായി സംവദിച്ചത് .

എനിക്കാണ് എന്താണ് നടന്നതെന്ന് പറയാൻ
കഴിയുന്നത് .

ഉറപ്പായും അവർ എന്നെ ഉപേക്ഷിക്കില്ല .

ഞാൻ കൂടാരം കെട്ടിയിരുന്ന ഭാഗത്തേക്ക് ചെന്നു .

ഒന്നും ഉണ്ടായിരുന്നില്ല .

ഒരു അടയാളങ്ങളും

ആൾക്കാരുടേയോ കൂടാരത്തിന്റെയോ ഒന്നും .

അവർക്ക് എന്തോ സംഭവിച്ചു . എന്താണ് ?

ജിയരാ വീണ് കിടന്ന ഭാഗത്തേക്ക് തിരികെ
പോയാലോ ?

അത് അപകടമാണ് ?

ഞാൻ ചുറ്റും നോക്കി.

വെള്ള പുതച്ച മലനിരകൾ

നീല ആകാശം

ജീവനുള്ള ഒന്നും എങ്ങും കണ്ടില്ല .

ഇവിടെ ഞാൻ മാത്രം ,

ഞാനും ഭൂമിയും .

കുറേ സമയം ഞാൻ അങ്ങനെ ഇരുന്നു . അവർ
അപകടത്തിൽ ആയതാകുമോ ? ആകും , അല്ലെങ്കിൽ
ഒരിക്കലും എന്നെ ഒറ്റക്കാക്കി പോകില്ല . ചിലപ്പോൾ
താഴെ നിന്നും പട്ടാളക്കാർ എത്തിയിരിക്കും . എന്നെ
കണ്ട് കാണില്ല. അവരെ കൊണ്ടുപോയിട്ടുണ്ടാവും.
അതാണ് ശരി . അപ്പൊ താഴേക്ക് പോകുന്നത്
അപകടമാണ് . കുറച്ചു സമയം കൂടി ഇവിടെ ഇരിക്കാം .
അവിടെ ആരുടേയും കണ്ണിൽപ്പെടാത്ത ഒരു ഭാഗം
നോക്കിയിരുന്നു . പിന്നെ കിടന്നു. നീല ആകാശം,
പക്ഷേ ഇപ്പോൾ അവിടവിടെ വെള്ളമേഘങ്ങൾ .

ഞാൻ അത് നോക്കി കിടന്നു .

മേഘങ്ങൾ അത് നീങ്ങുന്നുണ്ടോ ?

ഞാൻ എഴുന്നേറ്റു .

മുകളിലേക്ക് നോക്കി നിന്നു .

അതെ അത് നീങ്ങുന്നുണ്ട് .

കുറെ വെള്ള മേഘങ്ങൾ അതിന് നടുവിലായുള്ള ഒരു
വലിയ മേഘം അത് നീങ്ങുന്നു .

ഞാൻ അറിയാതെ കൈ ഉയർത്തി വീശി , ഒരു
കുട്ടിയെപ്പോലെ.

അപ്പോൾ താഴെ ഭാഗത്ത് നിന്നും ശബ്ദങ്ങൾ കേട്ട്
തുടങ്ങി .

ഞാൻ ഒരു മഞ്ഞു പാറയുടെ മറവിലേക്ക് ഇരുന്ന് ,
ഒളിഞ്ഞുനോക്കി .

അവരാണ് ,എന്നെ തനിച്ചാക്കി പോയവർ .

ഈ പുസ്തകം മാത്രമാണ് ഇവിടെ കഴിഞ്ഞത്, ഇതിന്
തുടർച്ച വേണമെന്ന ആവശ്യക്കാർ വീട്ടിൽ തന്നെ
ഉണ്ടായതുകൊണ്ടും ,ഇത് എനിക്കും
ഇഷ്ടമായതുകൊണ്ടും നിങ്ങൾക്ക് വീണ്ടും അടുത്ത
ഭാഗം പ്രതീക്ഷിക്കാം .

ജിയാരാ

സ്നേഹത്തോടെ

സജീവ്കുമാർ